அற்புத இயற்கை

சொ.மணிகண்டன்

ஏலே பதிப்பகம்

வெளியீடு:
ஏலே பதிப்பகம்
5/175, பாத்திமா நகர்,
கூத்தென்குழி,
திருநெல்வேலி – 627104
தொடர்புக்கு: 9944992571

Published By:
Aelay Publish
5/175, Fathima nagar,
Kuthenkuly,
Tirunelveli -627104
Phone: 9944992571

Design And Executed by

ISBN : 978-93-5533-202-8
Page : 42

முன்னுரை

இறைவன் கொடுத்த அற்புத பரிசு இயற்கையே.
இயற்கையின்றி எவரும் இல்லை இயற்கையின்றி எதுவும்
இல்லை. இவ்வுலகில் வாழும் உயர் அனைத்தும்
இயற்கையோடு சூழ்ந்து வாழ்கிறோம். இவ் அற்புத
இயற்கையைப் பாதுகாப்பதும் நம் கடமையாகும்.
இயற்கையைப் பற்றிய அற்புதங்களையும்
பயன்களையும் புகழும் வண்ணம் இப்புத்தகம்
வடிவமைக்கப்பட்டுள்ளது.

ஆசிரியர் குறிப்பு

இவர் பெயர் சொ. மணிகண்டன் இப்புத்தகத்தின் ஆசிரியர். இவர் பொள்ளாச்சியில் வசிக்கிறார்.இவர் தந்தை மு. சொக்கலிங்கம், தாயார் சொ.பிரேமா,சகோதன் சொ. சபரீஸ்வரன். இவர் எழுதுவதிலும் படிப்பதிலும் மிகுந்த ஆர்வம் கொண்டவர். அத்தோடு இயற்கை மீது மிகுந்த ஆர்வம் கொண்டவர். இயற்கையைப் போற்றி பல கவிதைகளை இயற்றியுள்ளார். இவர் தமிழ் ஆங்கிலம் ஆகிய இரு மொழிகளிலும் வல்லமை கொண்டவர். இவர் வேறு சில வெளியீட்டு வீடுகளில் எழுத்தாளராகவும் தொகுப்பாளராகவும் பணியாற்றியுள்ளார். இப் புத்தகத்தில் இவர் இயற்கையின் அற்புதங்களை தன் கவிதை மூலம் வர்ணித்துள்ளார்.

அழகிய சூரியனே

மலைகளுக்கு நடுவே
ஒரு ஒளி வட்டம்- சூரியனே!
காலையில் உதிக்கும் நீ
உலகின் இருளை அகற்றவே
சேவல் கூவ வருகின்றாயே!
அனைத்து உயிர்களின்
பயத்தையும் ,மன இருளையும்
போக்கவே வருகின்றாயே!
நீல நிற வானத்தில்
வெண்ணிற மேகங்களுக்கு நடுவே
அழகாய் காட்சியளிக்கின்றாயே!
உன் அழகைக் காண
முயற்சிக்கிறோம் நாங்கள்
ஆனால் நீயோ கூச்சப்படுகிறாயே!
ஆகையால்தான் எங்கள் கண்கள்
உன்னைக் காணும் போதெல்லாம் கூசுகிறதோ!
மீண்டும் மாலை வந்ததும்
உன் வேலையை முடித்துக்கொண்டு
அழகாய் அஸ்தமிக்கிறாயே!
மீண்டும் காலை நீ
எப்போது வருவாய் என்று
காத்திருக்கிறோம்!

வெண்ணிநலவே

சூரியனோ அஸ்தமித்தது
சூழ்ந்ததோ இருள் எங்கும்
அவ்விருளை அகற்றவே வந்தது
வெண்ணிற நலவொன்று
இருளுக்கு பயப்படாதவர் எவர்?
எங்கள் பயத்தைப் போக்கவே
நீ இரவில் வந்தாயே!
இரவில் உன்னைக் காணும்போதெல்லாம்
ஓர் ஆனந்தம் மனதில் தோன்றுகிறதே!
மன கவலையனைத்தும் ஒழிகிறதே!
உணவூட்டும் தாயோ தன் குழந்தைக்கு
உன்னைக் காட்டியே உணவூட்டுவார்
ஓர் திருப்தி கிடைக்கும் அதில்
மின்னும் நட்சத்திரக் கூட்டத்தோடு
உன்னைக் காண்கையில்
இரு கண்கள் போதவில்லை
உன் அழகை ரசிக்க!
உன்னைப் போல்
அனைவர் மனதிலும்
வெண்மை சூழட்டும்
வெண்ணிலவே!

நீள வானமே

நீண்ட வானம்
வண்ணமோ இரு வண்ணம்
எவ்வளவு நீளம்
அளக்க முடியவில்லை உன்னை
பகலில் தோன்றுகிறாய்
நீல நிறமாய்
இரவில் மாறுகிறாய்
கருமையாய்
நீயோ
எட்டாத உயரத்தில் இருக்கிறாயே!
நீள வானமே!

அதிசய பூமியே

அண்டம்
அனைத்து உயிர்களின் அடைக்கலம்
எத்தனை கிரகங்கள் இருப்பினும்
உன்னைப் போல் வருமா?
உனக்கும் அடக்கியுள்ளாய்
எத்தனை எத்தனை அற்புதங்களை!
உயிர்கள் வாழ
உனக்குள் ஓர் இடம் அளித்தாயே!
இடைவிடாமல் நீ
சுழன்றுகொண்டே இருந்தாலும்
எங்களை சுழல விடாமல்
பாதுகாக்கிறாயே!
நீயே எங்கள் பாதுகாப்பு
நீயே இல்லையேல் நாங்கள் இல்லை
எதுவும் இல்லை
உனக்குள் நாங்கள்
உனக்குள் எல்லாம்
அதிசய பூமியே!

இயற்கைக்காக

அடடா!
இயற்கையின் அற்புதமே அற்புதம்!
இயற்கையின் அழகோ நம் கண்களுக்கு
 குளிர்ச்சி தரும். இயற்கையின் சுவாசம்
நம் மனதிற்கு புத்துயிர் அளிக்கும்.
முற்காலத்தில்!....... எங்கும் இயற்கையின்
 அழகே! ......ஆனால் இப்பொழுதோ......
எங்கும்
உயர்ந்த கட்டடங்களே!............
இயற்கை எங்கு சென்றது ?.நமது
தாயைப்போல் அன்பாக,பாசமாக
மகிழ்ச்சியாக வைத்துக் கொண்ட
இயற்கை அன்னையை
பேராசை கொண்ட மனிதன்- மாட
மாளிகையாக,உயர்ந்த கட்டடமாக
மாற்றுகிறான்!............
இயற்கை அன்னைக்கு நிகரான
அன்பையும் மகிழ்ச்சியையும்
உயர்ந்த கட்டடங்கள் தருமோ!.....
இயற்கை அன்னையே! நீ
இல்லையென்றால் நாங்களும் இல்லை
இயற்கையைப் பாதுகாப்போம்.........

இயற்கையின் அற்புதங்கள்

இயற்கைக்கு நிகர் ஏதுமில்லை....
எங்கும் கண்கவர் காட்சிகள்........
பல உயிர்கழுக்கு அடைக்களமும்
சுவாசிக்க காற்றும் தருகின்ற மரங்களே......
பார்பவர் மனங்களையும் உன்
அழகாளும் நறுமணத்தினாழும்
மலர வைக்கின்ற மலர்களே........
பகளில் எல்லா உயிர்க்கும்
வெளிச்சமாய் அமைகின்ற சூரியனே.......
இரவில் தன்
நட்சத்திர பிள்ளைகளோடு வந்து
கருமையைப் போக்கி ஒளியைத் தருகின்ற நிலவே....
நீர் நிலையைப் பெருக்கி, உலகின்
அனைத்து உயிர்களின்
தாகத்தையும் பசியையும் போக்கும் மழையே........
உன்மையில் தாம் அனைவரும்
இயற்கையின் அற்புதங்களே........

மரத்தின் வேதனை

உலகைக் காக்கவும்
உயிர்களைக் காக்கவும்
இறைவன் கொடுத்த சீதனங்கள்
நாங்கள்............

மனித வாழ்விற்கு
உறுதுணையாக இருப்பவர்கள்
நாங்கள்............

பறவைகளுக்கும் மிருகங்களுக்கும்
நாங்கள் ....
வீடாக அமைகின்றோம்

எல்லோருக்கும்
சுவாசிக்க
குளிர்மிகு தூய்மையான
இலவச காற்று
தருகின்றோம்.........

கோடைகாலத்தில்
வெப்பம் தணிக்க
நிலற்கொடையாய் அமைகின்றோம்
மழைக்காலத்தில்
ஒதுக்குவதற்கு
நாங்கள் உதவுகின்றோம்..........

சுவையான
காய்கனிகளையும்
மூலிகைகளையும்
தருகின்றோம்.........

சின்னச் சின்னக் குழந்தைகள்
பொழுதைக் கழிக்க
எங்களின் கிளைகளில்
கயிறு கட்டி
ஊஞ்சல் ஆடி மகிழ்வர்........

ஆனால்...........
நாங்கள் இத்தனை செய்தும்
இரக்கம் இல்லா மனிதர்கள்
எங்களை
இரக்கமின்றி
வெட்டிச் சாய்க்கின்றான்
ஒவ்வொரு முறையும்
எங்களை
வெட்ட வெட்ட
வலியைத் தாங்க முடியாமல்
நாங்கள்
தவிக்கின்றோம்
நாங்கள்

கண்ணீர் வடித்து
வெட்டாதே வெட்டாதே
என்று கெஞ்சினாலும்

மனிதன்
தனது சுயநலத்திற்காக
வெட்டிச் சாய்த்து
சம்பாதிக்கின்றான்!

நாங்கள்

நல்லதையே செய்தாலும் வேதனையையே
அனுபவிக்கிறோம்!
இருப்பினும்
நாங்கள் இறந்த பின்பும்
எறிவதற்கு உதவுகின்றோம்
இப்போது
மனிதர்கள்
எங்களை அழித்தாலும்
பிற்காலத்தில்
நிச்சயம் துன்பம் அடைவர்........

ஏனெனில்.........
நாங்கள் இல்லையேல்!
எவரும் இல்லை
தயவுசெய்து........
மரங்களான எங்களை
வளர்த்துங்கள்.........
உலகைச்
செழிப்படையச் செய்யுங்கள்......
எங்களால்
முடிந்த உதவிகளைச் செய்து
உங்களை
நாங்கள் பாதுகாக்கின்றோம்
அதற்குமுன்
எங்களை
நீங்கள்
பாதுகாக்க முயற்சியுங்கள்!.......

அந்தக் காலம்

இந்தக் காலம்

வீதியில் விளையாடினோம்
அந்தக் காலம்
வீட்டிற்குள்ளேயே விளையாடுகிறோம்
இந்தக் காலம்

மைதானத்தில் நண்பர்களுடன் ஓடியாடி
விளையாடினோம்
அந்தக் காலம்
திறன் பேசியில் நண்பர்களுடன் விளையாடுகிறோம்
இந்தக் காலம்

இயற்கையைப் பாதுகாத்தோம்
அந்தக் காலம்
இயற்கையை அழித்து வருகிறோம்
இந்தக் காலம்

இயற்கை உரம் உபயோகித்தோம்
அந்தக் காலம்
செயற்கை உரம் உபயோகிக்கிறோம்
இந்தக் காலம்
நிலவைக் காட்டி
உணவு ஊட்டியது
அந்தக் காலம்
திறன்பேசியைக் காட்டி
உணவு ஊட்டுவது
இந்தக் காலம்

விவசாயம் மேலோங்கியிருந்தது
அந்தக் காலம்
பணமே எல்லாம் என்று கூறுவது
இந்தக் காலம்

புத்தகத்தில் படித்தது
அந்தக் காலம்
திறன்பேசியில் படிப்பது
இந்தக் காலம்

பொருட்களை நேரடியாகச் சென்று வாங்கியது
அந்தக் காலம்
பொருட்களே வீடுதேடி வருவது
இந்தக் காலம்

மனித உழைப்பே
அந்தக் காலம்
இயந்திர உழைப்பே
இந்தக் காலம்

கூட்டுக் குடும்பமாக
வாழ்ந்த காலம்
அந்தக் காலம்
தனிக் குடும்பமாய்ப் பிரிந்தக்காலம்
இந்தக் காலம்

நெகிழியைத் தவிர்த்தோம்
அந்தக் காலம்
நெகிழியால் உலகத்தை மூடியது
இந்தக் காலம்

தமிழைப் போற்றி வணங்கியது
அந்தக் காலம்
தமிழையே மறக்கடிப்பது
இந்தக் காலம்

மரத்தடியில் நீதி வழங்கியது
அந்தக் காலம்
நீதிமன்றத்தில் நீதி வழங்குவது
இந்தக் காலம்

சுகமாக வாழ்ந்தோம்
அந்தக் காலம்
சொகுசாக வாழ நினைப்பது
இந்தக் காலம்

சுற்றுச்சூழலைப் பாதுகாத்தோம்
அந்தக் காலம்
சுற்றுச்சூழலை மாசுபடுத்துகிறோம்
இந்தக் காலம்
பாரம்பரியத்தைக் காத்து வந்தோம்
அந்தக் காலம்
பாரம்பரியத்தை மறந்து வருகிறோம்
இந்தக் காலம்

இயற்கை காற்றை சுவாசித்தோம்
அந்தக் காலம்
செயற்கை காற்றை
சுவாசிக்கிறோம்
இந்தக் காலம்
உறவினரை நேரில் சந்தித்தோம்
அந்தக் காலம்
காணொளி மூலம் சந்திக்கிறோம்
இந்தக் காலம்

உணவே மருந்தாக விளங்கியது
அந்தக் காலம்
மருந்தே உணவாக மாறிவிட்டது
இந்தக் காலம்

தமிழை வளர்த்தோர் பலர்
அந்தக் காலம்
தமிழுக்காக பாடுபடுவோர் சிலர்
இந்தக் காலம்

பொதுநலத்தோடு வாழ்ந்து வந்தோம்
அந்தக் காலம்
சுயநலத்தோடு வாழ்ந்து வருகிறோம்
இந்தக் காலம்

கடிதாசி மூலம் பேசினோம்
அந்தக் காலம்
செல்பேசி மூலம் பேசுகிறோம்
இந்தக் காலம்

மனதால் காதலித்தோம்
அந்தக் காலம்
திறன்பேசியில் காதலித்து வருகிறது
இந்தக் காலம்

உலகத்தை வரைபடத்தில்
பார்த்தக் காலம்
அந்தக் காலம்
உலகத்தையே உள்ளங்கையில்
வைத்தக் காலம்
இந்தக் காலம்

எத்தனையோ மாற்றங்கள் நிகழ்ந்துவிட்டன
அக்காலத்திலும்
இக்காலத்திலும்
ஆனால்
எக்காலத்திலும்
தமிழையும்
தமிழ் கலாச்சாரத்தையும்
மறந்துவிடக் கூடாது
அதே சமயத்தில்
நவீனத்தையும்
நல் முறையில் பயன்படுத்தினால்
எத்தீங்கும் நேராது.

மேகமே.......

நீண்ட நீல வானத்தை
அலங்கரிக்க வந்ததோ
வெண்ணிற மேகக் கூட்டங்கள்
காற்று மெல்ல வீச
பஞ்சு போன்ற
வெண்ணிற மேகக் கூட்டங்கள்
மெல்ல மெல்ல மிதந்து செல்ல
வானமே
அற்புதமாய்க் காட்சியளிக்கிறதே
கார் மேகங்கள் ஒன்றோடு ஒன்று
மோதிக்கொள்ள
மழை பெய்ய வைத்து
பூமியைச் செழிப்படையச் செய்கிறாயே!
ஆகாயத்தை அலங்கரிக்க
இரவில் நட்சத்திரங்கள்
பகலில் மேகங்களே!

மின்மினி நட்சத்திரங்கள்

இரவோ வந்துவிட்டது
சூழ்ந்ததோ இருள் எங்கும்
வானமோ மாறிவிட்டது கருமையாய்
வெளிச்சமளிக்க வந்ததோ
வெண்ணிற நிலவொன்று
இருப்பினும்
வானமோ இன்னும் முழுமையடையயவில்லையே!
அக்கருமை பொருந்திய ஆகாயத்தை
அலங்கரிக்கவே வந்தனவே
மின்மினி நட்சத்திரங்கள் பல
ஆகாயத்தில்
பார்க்கும் இடமெல்லாம் நட்சத்திரங்களே!
வானமே விழாக்கோலம் பூண்டது!
கருமையனைத்தும் பறந்துவிட்டன
கணக்கிட முடியவில்லை உன்னை
உன் மின்னும் அழகைப்
பார்க்க பார்க்க

பயமனைத்தும் பறந்துவிட்டன என்னிலிருந்து
இரவில் நான்
தனிமையில் இருக்கும் போதெல்லாம்
நிற்கின்றாய் நீ எனக்குத் துணையாக!
கீழிருந்து உன்னை நான்
பார்த்துக் கொண்டிருக்க
மேலிருந்து நீ என்னை
பார்த்துக் கொண்டிருக்க
இரவு நேரம்
சென்றதே தெரியவில்லையே!
இரவோ முடியப் போகிறது
நீ புறப்படும் நேரமோ வந்துவிட்டது
மீண்டும் இன்னொரு இரவில் சந்திப்போம்
அதுவரை காத்திருப்பேன் நான்!
மின்னும் நட்சத்திரங்களே!

மாமழை

கார்மேகங்கள் சூழவே
மண்வாசனை வீச
மின்னலோ மின்ன
இடியுடன் கூடிய மழை
பூமியை நோக்கி வரவே
அனைத்து உயிர்களின்
தாகத்தைப் போக்கி
நீர்நிலைகளை நிரப்பி
பூமியைச் செழிப்படையச் செய்யவே
வானிலிருந்து கிளம்பி வந்தாயே!
குளிர்மிகு காற்று வீச
மழை சாரல் நடுவே
குடை பிடித்து நடந்து செல்லும்
அனுபவத்தை அளிக்கின்றாயே!
நீ மழை அல்ல
மாமழை!

உயர் மலை

நீண்டு வளைந்த மலையே!
விண்ணை முட்டும் அளவிற்கு
உன்னை இவ்வளவு உயரமாக
செதுக்கியது யார்?
பூமிக்கு இறைவன் கொடுத்த
ஓர் அழகு நீ!
எத்தனை துன்பங்கள்
ஏற்படுகின்றன உனக்கு
வெயிலோ மழையோ குளிரோ
அனைத்தையும் பொறுத்துக்கொண்டு
உறுதியாக நிற்கின்றாயே!
பொறுமைக்கு நீதான் ஓர் எடுத்துக்காட்டு
உன்மீது பொழியும்
பனித்துளியை சேமித்து
நீராக மாற்றி ஆறுகளுக்கு
நீர் பாய்க்கிறாயே!
உன்னால் எத்தனை நன்மை எங்களுக்கு
நீ மலை மட்டுமல்ல
பல உயிர்களுக்கு
நீ ஓர் வீடு!
அற்புத மலையே

காற்று

கண்களால் பார்க்க முடியவில்லை
உன் வடிவத்தை
செவியால் கேட்க முடியவில்லை
உன் ஓசையை
நாசியால் சுவாசிக்க முடியவில்லை
உன் வவாசனையை
கைகளால் தொடமுடியவில்லை உன்னை
நீ இல்லாத இடமே இல்லை
இப்பூமியிலே!
எங்கிருந்தோ வருகிறாய்
எல்லா உயிர்களின்
உயிரைக் காக்க!
உயிர்களோடு கலந்துள்ளாய் நீ
நீ எங்களுக்குள் இல்லையேல்
இப்பூமியில் எங்களுக்கென்ன வேலை
நீ இல்லையேல்
நாங்கள் இல்லை
இப்பூமியில் வாழும் உயிர்களுக்கு
ஆதாரம் நீயே!

நீர்

விண்ணுலகத்திலிருந்து மண்ணுலகம் வந்தாயே
அனைத்து உயிர்களின்
தானத்தைப் போக்க
நீர்நிலைகளில் நீரை நிரப்பி
எங்களின் வயிறு நிரப்பினாயே!
எங்களின் உயிர் காக்க
நெடுந்தூரத்திலிருந்து
கிளம்பி வந்தாயே!
உயிர் வாழ
உயிர்க்குத் தேவை காற்று
உடலுக்குத் தேவை நீரே!

கல்லும் மண்ணும்

மண்ணோடு கலந்துள்ளன
பல வண்ணக் கற்கள்
என்றும் பிரிக்க இயலாது
தாம் இருவரையும்
எத்தனையோ பயன்கள்
தம் இருவரால்
கட்டிடம் கட்ட
சிற்பங்கள் செதுக்க
உயிர் வளர்க்க.
மனிதனோ தன் வாழ்க்கையை
வாழ்கிறான் வீட்டினிலே
வாழ்க்கைக்குப் பிறகு கலந்துவிடுகிறான்
கல்லோடும் மண்ணோடும்
மரம் செடி கொடிகளுக்கு
தாய்போல் விளங்குகிறீர்!
தாம் இல்லையேல் இப்புவி
எவ்வாறு காட்சியளிக்கும்?
உயிர்களின் நிலையென்ன?
எழுகின்றதே
பல ஐயங்கள்
இதிலிருந்தே தெரிந்து கொள்ள வேண்டும்
இப் பூமிக்கு கிடைத்த
தங்கத்தூள்களும் வைரக்கற்களும்
கல்லும் மண்ணுமே!

தோட்டத்தில் ஒரு நாள்

பொழுதைக் கழிக்க சென்றேன்
தோட்டத்திற்கு
அமைதியை அனுபவிக்க
அமர்ந்தேன் ஓர் மரத்தடியில்
ரசித்தேன் சுற்றுச்சூழலை
கால நிலையோ காட்சியளித்தது அற்புதமாய்!
சூரியனின் பிரகாசத்தினால்
நீல வானத்திலோ
வெண்ணிற மேகக் கூட்டங்கள் பல
மிதந்து செல்ல
பறவைகள் பல
மேகக் கூட்டத்தின் இடையினிலே
பறந்து விளையாடுகின்றன
பார்க்கும் இடமெல்லாம் பசுமை
பரவிக் கிடக்கின்றன
மணமயக்கும் வண்ணப் பூக்கள்
சிதறிக் கிடக்கின்றன எங்கும்
தென்றல் காற்று வீசுகையில்
குளிர்ந்து போனது என் மனம்
ஓடையொன்று
ஓடிக்கொண்டிருந்தது எனதருகே
அதிலுள்ள மீன்கள்
துள்ளிக் குதித்து விளையாடின
குயிலின் இன்னிசையோ
மயக்கியது என்னை
அமைதியானதே என்மனம்
இதல்லவா இயற்கை!

கட்டுரை

இயற்கை

இயற்கை என்பது இயல்பாக இருக்கும் தோற்றப்பாடு என்னும் பொருள் கொண்டது. இயல்பாகத் தோன்றி மறையும் பொருட்கள், அவற்றின் இயக்கம், அவை இயங்கும் இடம், இயங்கும் காலம் ஆகியவை அனைத்தையும் இணைத்து இயற்கை என்கின்றோம். உயிரினம், உயிரின அறிவு போன்றவையும் இயற்கையில் அடங்கும். பொதுவாக இயற்கையை ஆய்வு செய்வதென்பது அறிவியலின் மிகப்பெரிய ஒரு பகுதியாகும். மனிதர்களும் இயற்கையின் ஒரு பகுதியே ஆவர். மற்ற இயற்கை நிகழ்வுகளிலிருந்து மனிதனின் நடத்தைகள் முற்றிலும் வேறுபட்ட தனியான ஒரு பிரிவு என்று பெரும்பாலும் கருதப்படுகிறது. இயற்கை என்ற சொல்லுக்கு ஆங்கிலத்தில் நேச்சர் என்ற சொல் பயன்படுத்தப்படுகிறது. நேட்சுரா என்ற இலத்தீன் சொல்லின் அடிப்படையில் தருவிக்கப்பட்டதுதான் நேச்சர் என்ற ஆங்கில சொல்லாகும். இதன் பொருள் அவசிய குணங்கள், பிறவிக்குணம் என்பதாக அறியப்படுகிறது. பண்டைய இலக்கியங்களில் பிறவி அல்லது பிறப்பு என்று இதற்கு பொருள் கொள்ளப்பட்டிருந்தது. .

ஒட்டுமொத்தமாய் இயற்கை என்பது அண்டத்தின் இயற்பியல் என்று கருதப்படுகிறது. அண்டத்தின் இயற்பியல் என்ற சொல் பல்வேறு வகைகளில் விரிவான பொருள்களைக் கொண்டது ஆகும். இவையாவும் படிப்படியாக வளர்ந்து நன்மதிப்பையும் நம்பகத்தன்மையையும் பெற்று அழியாமல் நிலைத்திருக்கின்றன

நேச்சர் என்ற சொல்லின் பல்வேறு பயன்பாடுகளுக்கு மத்தியில் இச்சொல்லின் பொருள்
பெரும்பாலும் நிலவியல் மற்றும் வனவியல் என்ற பொருள்களையும் குறிப்பதாக உள்ளது. தாவரங்கள் மற்றும் விலங்குகள் வாழும் பொது உலகத்தை இயற்கை என்ற சொல் குறிப்பதாகவும் கருதலாம். மற்றும் சில சந்தர்ப்பங்களில் உயிரற்ற பொருட்களுடன் தொடர்புடைய செயல்முறைகளுக்கு, அதாவது புவியின் வெப்பநிலை மற்றும் நிலவியல் போன்றவற்றுக்கு ஏற்ப ஒரு குறிப்பிட்ட வகை பொருட்கள் எவ்வாறு நிலைபெறுகின்றன மற்றும் அச்செயல்முறைகளுக்கேற்ப எவ்வாறு அவை தம்மை மாற்றிக் கொள்கின்றன என்பது தொடர்பான கருத்துகளையும் உள்ளடக்கியதாக இயற்கை பொருள் கொள்ளப்படுகிறது.
இது பெரும்பாலும் "இயற்கைச் சூழல்" அல்லது வனாந்தர-காட்டு விலங்குகள், பாறைகள், காடு என்ற பொருளைக் கொண்டிருப்பதாகக் கருதப்படுகிறது. பொதுவாக மனித இடையீட்டினால் மிகுதியாக மாற்றியமைக்கப்படாத பகுதி என்றும், அல்லது அந்தப்பகுதிகளில் மனித தலையீடு நிகழாத பகுதியாக இருக்கலாம் என்றும் கருதப்படுகிறது. . உதாரணமாக, உற்பத்தி பொருள்களும் மனித தொடர்புகளும் பொதுவாக இயற்கையின் பகுதியாக கருதப்படுவதில்லை. இயற்கை இயற்பியல் உலகின்
தோற்றப்பாடுகளையும், உயிர்வாழ் இனங்களையும் குறிக்கிறது. இயற்கை மற்றும் செயற்கை என்ற கோட்பாட்டின் அடிப்படையில் பண்டைய காலம் முதல் இன்றுவரை இயற்கை புரிந்து கொள்ளப்பட்டு வந்துள்ளது. இது, அணுவிலும் சிறிய துகள்கள் சார்ந்தனவாகவோ அல்லது நாள்மீன்பேரடைகளைப் போல் மிகப் பெரிய அளவு சார்ந்தனவாகவோ இருக்கலாம்.

இயற்கை வளங்கள் (natural resources), அல்லது பொருளாதார ரீதியில் நிலம் மற்றும் மூலப்பொருள் அல்லது கச்சா பொருட்கள் எனப்படுபவை ஒப்பிட்டளவில் மனிதத் தலையீடுகளின்றித் தன் இயல்பு நிலையில் சூழல் தொகுதிகளில் காணப்படும் பொருட்கள் ஆகும். இயற்கை வளங்கள் சுற்றுச்சூழலிலிருந்து தருவிக்கப்படுபவை. இவற்றில் பெரும்பான்மையானவை நம் வாழ்க்கைக்கு அத்தியாவசியமானவையயாகவும் தேவைகளுக்குப் பயன்படக்கூடியவைகளாகவும் அமைகின்றன. இயற்கையில் காணப்படுவதும் மனித குலத்திற்குப் பயன்படுவதுமான கூறுகள் இயற்கை வளங்கள் எனப்படுகின்றன

நம்மை சுற்றியுள்ள அனைத்துமே இயற்கை என்ற வாக்கியம் உண்மையானதாகும்.நம்மை சுற்றியுள்ள வாயுமண்டலம், காலநிலை,மரங்கள்,மலர்கள்,வயல்கள் என அனைத்தும் இயற்கை என்ற சொல்லில் அடங்கும்.

இயற்கை மனிதர்கள் வாழும் இடமாக தன்னை அர்ப்பணித்து கொண்டாலும் வன விலங்குகள்,பறவைகள்,மரங்கள் ,அருவிகள் என அனைத்திற்கும் இயற்கையில் பங்கு உண்டு. மனித தன்னுடைய சுய லாபத்திற்க்காக இயற்கையை சூராடிய போதும் இயற்கை பேரழிவுகள் எப்போதும் தொடர்ந்து நடப்பதில்லை. எவ்வளவு உக்கிரமான ஆபத்துகளை கடந்து இயற்கை இந்த வாழ தகுதியுடைய கோலத்தை நமக்கு நிர்மாணித்துள்ளது.

துரதிர்ஷ்ட வசமாக மனிதன் தன்னுடைய வளர்ச்சியின் போக்கியில் இயற்கையை கவனிக்க தவறிவிட்டான்.இதன் காரணமாக புவி வெப்பமயமாதல் போன்ற பிரச்சனைகள் தற்போது பேசு பொருளாக உள்ளன. இயற்கையின் படைப்பில் எத்தனை இடர்பாடுகள் வந்தாலும் இயற்க்கை தன்னை புதுப்பிக்க தவறுவதில்லை.

அகில உலக அரசுகள் அனைத்தும் தற்போது எடுத்துள்ள முக்கிய பிரச்னை இயற்கையை காப்பதே ஆகும். புதிய இயற்கை இடர்பாடுகளை தடுக்க மரம் நடுவது, இயற்க்கை வளங்களை பாதிக்காத வகையில் மனித வளர்ச்சியை கட்டுப்படுத்தல் போன்ற முயற்சிகளை எடுக்க தொடங்கிவிட்டன.

இயற்க்கை மனிதனுக்கு எத்தனையோ நல்ல விஷயங்களை கொடுத்துள்ளது. பறவைகள் ஒலியுடன் கூடிய இனிய காலை பொழுது, தூய குடிநீர், நாம் சுவாசிக்க ஏதுவான இயற்கயான தென்றல் காற்று, நாம் பசியாற பலன்களும் பல தனியா வகைகளை கொடுத்துள்ளது. இத்தகைய பேரன்பை காட்டும் இயற்கையை காப்பதே ஒவ்வொரு மனிதனின் தலையாய கடமையாகும்

'புறந்தூய்மை நீரான் அமையும் அகந்தூய்மை வாய்மையால் காணப் படும்' என்ற வள்ளுவன் குறளுக்கு ஏற்ப தூய்மை என்பது நமக்கு மிகவும் அவசியம். புறந்தூய்மையான சுற்றுச்சூழல் தூய்மை மிகவும் முக்கியமாகும்.

காடுகள், ஏரிகள், கடல்கள், ஆறுகள், வனவிலங்குகள் போன்ற இயற்கை சூழலை பாதுகாக்க வேண்டும்' என்பது தலையாய கடமையாக குறிப்பிடப்பட்டுள்ளது.

நிலம், நீர், காற்று, நெருப்பு, வானம் இந்த ஐந்தை சுற்றி தான் சுற்றுச் சூழல் செயல்படுகிறது. முதலில் நிலத்தில் விதை மட்டும் விதைத்தோம். தற்போது பிளாஸ்டிக் என்ற எமனை சேர்த்து புதைப்பதால் நிலத்தில் மலட்டுத்தன்மை ஏற்பட்டு விட்டது.

கண்ணாடி காலங்கள்

தொழிற்சாலை கழிவுகளில் இருந்து வெளியேறும் நச்சு விஷத்தன்மை மண்ணையும் நீரையும் ஒரு சேர நாசமாக்குகிறது. பிளாஸ்டிக், பாலிதீன் பைகளை விளை நிலங்களில் கொட்டுவதாலும், காற்றின் மூலம் அவை அடித்து செல்லப்படுவதாலும், அது மக்க பல வருடம் ஆகின்றன. நிலத்தில் புதையுண்ட பிளாஸ்டிக் முலம் விவசாய நிலங்கள் மாசுபட்டு வீரியமிக்க செடி, கொடிகள் வளர்ச்சி தன்மையை இழந்து விடுகின்றன. நிலத்தில் இயற்கை உரங்களுக்கு பதிலாக செயற்கை உரங்களை பயன்படுத்துவதன் விளைவாக மனிதனின் நோயின் தன்மை நாளுக்கு நாள் அதிகரிக்கிறது.

இன்றைய பெரும்பிரச்னையாக இருப்பது குடிநீர் மாசடைவது. இந்தியாவில் நல்ல நீரை விட சாக்கடை நீர் அதிகமாக ஓடுகிறது.ஆய்வின் அடிப்படையில் இந்தியாவில் 4 சதவீதம் நன்னீர் மட்டுமே உள்ளன. அதைவிட தமிழ்நாட்டில் 3.5 சதவீதம் நன்னீர் அளவு இருப்பது எவ்வளவு துாரம் தண்ணீர் சுற்றுச்சுழலில் பாதிப்பு ஏற்பட்டுள்ளது என்பதை அறிய முடிகிறது. ஒவ்வொரு மனிதனுக்கும் சராசரி ஒரு நாளைக்கு பயன்படுத்த குறைந்தது ஐந்து லிட்டர் தண்ணீர் தேவைப்படும். அந்த நீரை ஆறு, கிணறு, ஏரிகள், குளம், ஆழ்துளைக் கிணறுகள் மூலம் எடுக்கிறோம். அந்த நீர் இன்று மாசுப்பட்டுள்ளது. இந்தநீரை குடிப்பது மூலம் குடல் நோய்களும், மனிதனுக்கும், பறவைகளும், விலங்குகளுக்கும் தோல் நோய்களும் ஏற்படுகிறது.

நாம் சுவாசிக்கும் காற்றும் மாசு பட்டிருப்பது அபாயகரமானது. தொழிற்சாலைகளில் இருந்து கரியமில வாயுக்கள் வெளிப்பட்டு வான் மண்டலத்தையும் பாதித்து ஓசோன் படலத்தை ஓட்டையாக்குகிறது. பீடி, சிகரெட் புகைப்பதால் அந்த புகை காற்றின் மூலமாக மற்ற மனிதர்களுக்கு பரவி நோய்கள் உருவாகின்றன.

பல ஆண்டுகளான வாகனங்களின் டீசல் புகையும் சுற்றுச்சூழலுக்கு பெரும்கேடு. தலைநகர் டில்லியில்

அதிகமான புகை காரணமாக பழைய வாகனங்களை
நகரில் பயன்படுத்த அரசு தடை விதித்து உள்ளது.
அவ்வளவு அளவுக்கு புகை மண்டலமாக இந்தியா
உருவாகி வருகிறது.
ஒலிமாசும் முக்கியமான விஷயம். வாகன
ஒலி,தொழிற்சாலைகள் ஒலியால் மாசு ஏற்படுகிறது. ஒலி
அதிகமாக மனிதன் மன அமைதியும்,உடல் நலமும்
பாதிப்படைகிறது. செவிப்பறைகள், நரம்பு மண்டலம்
பாதிக்கப்படுகிறது. வானம் ஏழு வானவில் கலர்களை
விட பல கலராக மாறக் காரணம் சுற்றுச் சூழல்
பாதிப்புதான். தொழிற்சாலை புகை மூலம் வானம்
இன்னும் கருமேகமாக மாறி வருகிறது. எரிபொருள்
மூலமாக வெளிப்படுகின்றன கரித்துகள், கார்பன்
மோனாக்சைடு, கால்பன்-டை- ஆக்சைடு, சல்பர் டை
ஆக்சைடு, காரீயம் ஆகியவை வளிமண்டலத்தில்
சுற்றுச்சூழல் பாதிப்பை ஏற்படுத்துகிறது.

நாம் சுவாசிக்கும் காற்றும் மாசுபட்டிருப்பது
அபாயகரமானது. தொழிற்சாலைகளில் இருந்து கரியமில
வாயுக்கள் வெளிப்பட்டு வான் மண்டலத்தையும் பாதித்து
ஓசோன் படலத்தை ஓட்டையாக்குகிறது. பீடி, சிகரெட்
புகைப்பதால் அந்த புகை காற்றின் மூலமாக மற்ற
மனிதர்களுக்கு பரவி நோய்கள் உருவாகின்றன.

சுற்றுச்சூழலை காக்க என்ன செய்யலாம்?

வீட்டையும் சுற்றுப்புறத்தையும் தூய்மையாக
வைத்துக்கொள்ள வேண்டும். வீட்டில் உள்ள கழிவு
பொருட்களையும், கழிவு நீரையும் முறையாக அகற்றி
விட வேண்டும்.

நமது கழிவுகளை மண்ணுக்கு அடியில் விடுவது தான்
சரியான மறுசுழற்சி முறையாகும். எனவே வீட்டிற்கு ஒரு
கழிப்பறை கட்ட மத்திய அரசு திட்டம் வகுத்துள்ளது.
பிளாஸ்டிக், பாலிதீன் பைகளை பயன்படுத்தக்கூடாது.
வாகனம், தொழிற்சாலை புகைகளை குறைக்கிற
வழிகளை ஆராய வேண்டும். அரசின் சட்டத்தின் படி
தொழிற்சாலைகள் மாசை கட்டுப்படுத்தும் வழிகளை
ஆராய வேண்டும்
ஒரு மனிதன் தன் வாழ்நாளில் ஒரு மரத்தையாவது நட்டு
தன் சந்ததிக்கு விட்டு செல்ல வேண்டும். மரம்
நடுவதையும் வளர்ப்பதையும் கடமை என கொள்ள
வேண்டும். ஒரு மரத்தை மிகவும் அவசியம் எனக்கருதி
வெட்டினால் பத்து மரங்கள் நட வேண்டும்.
நீர்நிலைகளை மாசுபடுத்துபவர்களை கடுமையாக
தண்டிக்க வேண்டும். சூற்றுச்சூழலை
பாதுகாக்க, இந்த காற்றையும், மண்ணையும், நீரையும்
நச்சு சேராமல் காக்க இயற்கையை
முதலில் பாதுகாக்கவேண்டும். இயற்கையை
இயற்கையாகவே வைத்திருக்க வேண்டும்.

உயிர்கள் படைக்கப்பட்டபோதே, அவற்றின் வாழ்வுக்காக
இயற்கை வளங்களும் சேர்த்தே படைக்கப்பட்டுள்ளன.
இயற்கை வளங்களோடே அத்தனை உயிரினங்களின்
வாழ்க்கையும் சிறப்பாக நடைபெற்று வந்தது. மனிதர்கள்
சிந்திக்கத் தொடங்கினார்கள். இயற்கை வளங்களைப்
பயன்படுத்தத் தொடங்கினார்கள். காலம் வேகமாக
மாறியது. தனிமனித உடைமைப் போக்குகள் உருவானது.
அறிவியலின் ஆதிக்கம் பெருகியது. விளைவு, மனிதருக்கு
மட்டுமே பூமி என்ற நிலை உருவானது. அதுவும் மாறி,
அறிவியல் வளர்ச்சியடைந்த நாடுகளுக்கு மட்டுமே
இயற்கை வளம் யாவும் சொந்தம் என்ற நிலை
உருவாகியுள்ளது.

மனிதர்களின் பேராசையால் இயற்கை வளங்கள்
அழிக்கப்பட்டு, பிற உயிரினங்கள் யாவும் பாதிப்படைந்து
வருகின்றன. நீர், நிலம், ஆகாயம், வாயு என நான்கு
பூதங்களும் மாசடைந்துவிட்டன. சீக்கிரமே, வாழ
முடியாத இடமாக பூமி ஆகிவிடுமோ என்ற நிலை
உருவாகி வருகிறது. வனங்கள் அழிந்து, நதிகள் வறண்டு,
மலைகள் மறைந்து, கடல் நீர் உயர்ந்துபோன நிலையில்,
இனி எத்தனை தலைமுறைகள் இந்த பூமியைப்
பார்க்குமோ என்ற கவலை எல்லோருக்கும்
இருந்துகொண்டே இருக்கிறது.
உயிர்களின் வளர்ச்சிக்குத் தேவையான
எல்லாவற்றையும் இயற்கை தருகிறது. காடுகள்,
நுண்ணியிரிகள், ஆறுகள், ஏரிகள், கடற்பகுதிகள்,
மலைகள், மண் வளம், மேகங்கள், ஏன் ஒவ்வொரு
மழைத்துளியும்கூட இயற்கையின் கொடைதான். இதில்,
ஒன்றை இழந்துகூட மனிதர்கள் வாழவே முடியாது. வாழ
அவசியமான எல்லாவற்றையும் அழித்துவிட்டு யாரோடு,
எதனோடு வாழப்போகிறார்களோ தெரியவில்லை.

இயற்கையை நேசிப்பது மட்டுமல்ல, அதைப்
பாதுகாப்பதும் அவசியம். இது கடமை மட்டுமல்ல,
பொறுப்பும்கூட. உங்கள் தலைமுறைக்கு சொத்து
சேர்ப்பதைப்போல, இயற்கையையும் பாதுகாத்து
சேர்த்துவையுங்கள். இயற்கை
வளங்களின் இன்றியமையாமைகுறித்து மக்களிடையே
விழிப்பு உணர்வை உண்டாக்க, ஒவ்வோர் ஆண்டும்
ஜூலை 28-ம் நாள் உலக இயற்கை வளப் பாதுகாப்பு நாள்
கடைபிடிக்கப்படுகிறது. இந்த நாளில், இயற்கையைப்
பாதுகாக்க நம்மால் ஆனதைச் செய்வோம். அதுவே, இந்த
நாளுக்கான நமது மரியாதை என்று சொல்லலாம்.

இயற்கையைப் பாதுகாப்போம்

சிறு கதை

வெற்றிப் படிகள்

சுரேஷ் எனும் மாணவன் பன்னிரண்டாம் வகுப்பு படித்து வருகிறான். ஆனால் அவனுக்கு அந்த எண்ணமே இல்லை. எப்போதும் கேலி கிண்டல் சண்டை பள்ளிக்குச் செல்லாமல் நண்பர்களுடன் தேவையின்றி சுற்றித் திரிதல் சினிமா செல்லுதல் எனச் சுற்றித் திரிந்தான்.நாம் எப்போதும் நல்ல நண்பர்களுடனேயே நட்பு கொள்ள வேண்டும். ஆனால் இந்த மாணவன் தீய நண்பர்களுடன் சேர்ந்து கொண்டு பள்ளியில் படித்து வரும் மற்றவர்களை கேலி செய்து தாழ்த்திப் பேசுவான். ஆரம்பத்தில் இவன் நல்ல மாணவன்தான். ஆனால் தீயவர்களுடன் சேர்ந்தது இவனும் தீயவனாகிவிட்டான். ஆசிரியர் பெற்றோர் ஆகியோர் பேச்சைக் கேட்கவே மாட்டான். பள்ளியில் எப்போது தேர்வு வைத்தாலும் மிகக் குறைந்த அளவு மதிப்பெண்களே பெறுவான். நன்கு படித்து நல்ல முறையில் தேர்ச்சி பெற வேண்டும் என்ற எண்ணமே இல்லை.

ஆனால் எப்போதும் விளையாட்டுத் தனம். ஒருநாள் பள்ளியில் தேர்வு வைக்க சுரேஷைத் தவிர மற்ற அனைவரும் தேர்வுக்கு படித்து வந்தனர். சுரேஷின் நண்பர்களும் தேர்ச்சி பெறும் அளவிற்கு படித்து வந்தனர். சுரேஷ் மட்டும்தான் படிக்கவில்லை. தேர்வு நேரத்தில் எல்லோரும் எழுதிக்கொண்டு இருந்தனர். ஆனால் சுரேஷ் கேள்விகளுக்கு பதில் தெரியாமல் அங்கும் இங்கும் பார்த்து கொண்ட இருந்தான். யாராவது நான் தேர்ச்சி பெறுவதற்கு உதவுவார்களா? என நினைத்துக் கொண்டே இருந்தான். ஆனால் எவரும் உதவவில்லை. தேர்வும் முடிந்தது. இரண்டு நாட்கள் கழித்து தேர்வு ரிசல்ட் வந்தது. தேர்வில் சுரேஷைத் தவிர மற்ற அனைவரும் தேர்ச்சி

பெற்றனர். அதில் மன உளைச்சலுக்கு ஆளான சுரேஷ் இனி வரும் அனைத்துத் தேர்விலும் நல் முறையில் தேர்ச்சி பெற வேண்டும் என்ற எண்ணம் கொண்டு கடினமாக உழைத்தான். நண்பர்களுடன் சுற்றுவதையும், விளையாட்டுத்தனத்தையும் சினிமா செல்வதையும் தவிர்த்தான். படிப்பில் ஆழ்ந்த கவனத்தைச் செலுத்தி வந்தான். பொதுத் தேர்வும் நெருங்கி வர, பள்ளியில், படிப்பதற்காக விடுமுறை அளித்தனர்.

படிக்கக் கொடுத்த விடுமுறையில் சுரேஷின் நண்பர்கள் ஊர் சுற்றித் திரிந்தனர். ஆனால் சுரேஷோ படிப்பிலேயே தனது நேரத்தைச் செலவழித்தான். பொதுத் தேர்வில் நல்ல மதிப்பெண் பெற வேண்டும் என்ற ஒரே எண்ணத்தோடு படிப்பில் கடினமாக உழைத்தான். பொதுத் தேர்வும் வந்துவிட்டது. அனைத்துத் தேர்வையும் தன்னம்பிக்கையுடன் படித்தவற்றை எழுதினான். அனைத்துத் தேர்வையும் நல் முறையில் எழுதினான். ஆனால் சுரேஷின் நண்பர்கள் படிப்பில் கவனம் செலுத்தாததால் தேர்வை நன்றாக எழுதவில்லை. பொதுத் தேர்வும் முடிவுற்றது. ஒரு மாதம் கழித்து பொதுத் தேர்விற்கான ரிசல்ட் வந்துவிட்டது. சுரேஷ் தேர்ச்சி பெறுவேனோ தேர்ச்சி பெற மாட்டேனோ என்ற பயத்துடன் ரிசல்டைப் பார்த்தான். ரிசல்டைப் பார்த்த சுரேஷ் மகிழ்ச்சியில் திகைத்து நின்றான். ஏனெனில் அவன்தான் தேர்வில் பள்ளியளவில் இரண்டாம் இடத்தைப் பெற்றான். சுரேஷ் பெரும் மகிழ்ச்சி அடைந்தான்.சுரேஷின் விடா முயற்சியாலும் கடின உழைப்பாலும் தான் அவனுக்கு பலன் கிடைத்தது.

இதைப்போல் நாம் அனைவரும் கடினமாக உழைத்தால் வாழ்வில் நிச்சயம் முன்னரே முடியியும்.

கண்ணாடி காலங்கள்

வாழ்வில் வெற்றி பெறுவதற்கான படிகள்:

1.தன்னடக்கம்
2.உறுதியான தன்மை
3.வேலையைத் தள்ளிப்போடாதிருத்தல்
4.பிறர் உழைப்பை உபயோகிக்காதிருத்தல்
5.உன் திறமையை நம்பு
6.தன்னம்பிக்கை
7.பொறாமை கொள்ளாதே
8.சகிப்புத் தன்மை
9.எது நடந்தாலும் அது நன்மைக்கே என நம்ப வேண்டும்
10.பேராசை, கோபம் கொள்ளாதே
11.தீய எண்ணங்களை அகற்ற வேண்டும்.

இவையே வெற்றிக்கான படிகள். இவை அனைத்தையும் பின்பற்றி வந்தால் வாழ்வில் நிச்சயம் முன்னேற முடியும்.

மேற்கோள்கள்

"மரம் விடும் மூச்சுக் காற்றில்தான் உயிர்கள் வாழ்கின்றன"

"பல அதிசயங்களையும் அற்புதங்களையும் தன்னுல் அடக்கியுள்ளது இந்தப் பூமி "

"இயற்கை என்பது அனைத்து வசதிகளையும் கொண்ட ஓர் பசுமை வீடாகும்"

"இயற்கையை அழித்துக் கொண்டிருக்கும் மனிதன் எதிர்காலத்தில் நிச்சயம் விளைவைச் சந்திப்பான்"

"இயற்கையை நாம் பாதுகாத்தால்தான் இயற்கை நம்மை பாதுகாக்கும் "

"இறைவன் நமக்கு கொடுத்த மிகப் பெரிய பரிசு அழகிய இயற்கைதான் "

"இயற்கையை நம் தாய்போல் பார்த்துக் கொண்டால் அழிக்க வேண்டும் என்ற எண்ணம் நமக்குள் வராது ".

ஆக்சிஜன் கொடுக்கும் மரங்கள் வெட்டினால் எவ்வாறு உயிர் வாழ முடியும்?

தாகம் தீர்க்கும் நீரை மாசு படுத்தினால் எவ்வாறு அத் தாகத்தைத் தனிக்க முடியும்?

காற்றை மாசு படுத்தினால் எவ்வாறு சுதந்திரமாய் சுவாசிக்க முடியும்?

மண்வளத்தை மாசு படுத்தினால் எவ்வாறு உணவு கட்டும்?

இயற்கையை மாசு படுத்தினால் எவ்வாறு உயிர்கள் உயர் வாழ முடியும்?.

வாருங்கள் நாம் அனைவரும் இயற்கையோடு ஒன்றி இருப்போம்.

"இயற்கையைப் பாதுகாப்போம் "எனக் குரல் கொடுப்பார் பலர், ஆனால் அதை செயல்படுத்துவோரோ சிலர் ".

நாம் அனைவரும் நம்மால் முடிந்த வரை இந்த அழகிய இயற்கையைப் பாதுகாக்க வேண்டும். நாம் இயற்கையைப் பாதுகாத்தால்தான் இயற்கை நம்மைப் பாதுகாக்கும்.

இயற்கையைப் பாதுகாப்போம்

உலகைப் பாதுகாப்போம்

உயிர்களைக் காப்போம்.

நன்றி